D1680412

ஷமீலா யூசுப் அலி இலங்கையின் மாவனல்லையைச் சேர்ந்தவர். தற்போது இங்கிலாந்தின் பெர்மிங்ஹாம் நகரில் வசிக்கிறார். ஆசியப் பெண்கள் விவகாரங்கள் தொடர்பான சிறப்புக் கவனக் குவிப்போடு இயங்கும் ஃபெம்ஏசியா (www.femasiamagazine.com) என்ற இணைய இதழின் முதன்மை ஆசிரியராகப் பணிபுரிகிறார். சமூகவியலிலும் இதழியலிலும் இரண்டு முதுகலைப் பட்டங்களைப் பெற்றுள்ள ஷமீலா, முஸ்லிம் பெண்கள், இஸ்லாமோபோபியா, புதிய தாராள வாதம் போன்ற விடயங்களை ஒட்டிய ஆய்வுகளிலும் ஈடுபட்டு வருகிறார். முன்பிள்ளைப் பருவக் கல்வித்துறையில் (Early Childhood Education) வளவாளராகவும் பயிற்றுவிப்பாளராகவும் நீண்டகால அனுபவம் அவருக்கு இருக்கிறது. ரூம் டு ரீட் என்னும் நிறுவனத்தோடு இணைந்து மூன்று சிறுவர் கதைப் புத்தகங்களை 2007இல் வெளியிட்டிருக்கிறார். ஆங்கிலம், தமிழ் இரு மொழிகளிலும் சரளமாக எழுதும் ஷமீலாவின் தி குவஸ்ட் என்ற ஆங்கிலக் கவிதைத் தொகுதி 2014இல் வெளிவந்தது. தமிழ்-ஆங்கில மொழிபெயர்ப்பு ஆற்றல் வாய்ந்த ஷமீலாவுக்கு ஓவியக்கலையிலும் மிகுந்த ஈடுபாடு இருக்கிறது.

நீயாகப் பிடரும் முற்றம்

ஷமீலா யூசுப் அலி

முதல் பதிப்பு 2021
© ஷமீலா யூசுப் அலி

வெளியீடு: அடையாளம், 1205/1 கருப்பூர் சாலை, புத்தாநத்தம் 621310, திருச்சி மாவட்டம், இந்தியா, தொலைபேசி: 04332 273444

நூல் வடிவம்: த பாபிரஸ், அச்சாக்கம்: அடையாளம் பிரஸ், இந்தியா
ISBN 978 81 7720 315 8
விலை: ₹ 80

Neeyaakap patarum mutram is a collection of poems in Tamil by Shameela Yoosuf Ali, Published by Adaiyaalam, 1205/1 Karupur Road, Puthanatham 621310, Thiruchirapalli District, India, email: info@adaiyaalam.net

எனக்கு எல்லாமுமாக இருந்த வாப்பா
மர்ஹூம் எம். டீ. எல். யூசுப் அலி
அவர்களுக்கு...

பொருளடக்கம்

	ஷமீலாவின் கவிதை மனம் - எம். ஏ. நுஃமான்	ix
	முன்னுரை	xv
1	பூனைகளின் கண்கள்	1
2	இலை மனசு	3
3	உம்மும்மாவின் செம்புப் பானை	4
4	கால் விரல்களுக்குள் ஒரு நதி	5
5	சுவர்க்கத்துப் பச்சை அடர்நீலம்	7
6	பயணம்	9
7	அலறும் தொலைபேசி	11
8	திறக்கப்படாத கதவு	13
9	கண்ணாடி மீன்கள்	15
10	என்னைக் கொஞ்சம் தனியாக விடு	16
11	சிறகுகள் அற்ற மௌனம் அல்லது மயானம்	17
12	ஊதா யானை	19
13	அவளுடைய இறக்கைகள்	20
14	போர்வை	22
15	இரவின் கரை	25
16	ஆன்ம விசாரணைகள்	26
17	ஒற்றைக் காலூன்றி	28
18	தேடல்	29
19	நினைவின் ரயில்	30
20	பெயராத வீடு	32
21	கண்ணாடி	34
22	காலங்களுக்கு அப்பால்	35

23	ஓர் அங்குலமும் அசையேன்	36
24	ஒரு நாட்குறிப்பும் ஒரு பாடலும்	38
25	யாரும் ஜன்னல்கள் வாங்கவில்லை	40
26	ஏதிலி மரமும் அவள் முத்தங்களும்	42
27	நீலக்கண் பறவையின் அகாலப் பாடல்	44
28	கண் அழகர்கள்	46
29	இரண்டு பங்கு	48
30	பாத்திமாவின் ஆடு	49
31	அறப்படித்த ஆடுகள்	50
32	ஆடு மேய்த்தல்	51
33	பிசாச மஞ்சள்	52
34	தங்கமீன் தொட்டி	54
35	அகாலம்	55
36	துலா மனசு	56
37	நிலவை அருந்துதல்	57
38	இடப்பெயர்வு அல்லது பாடும் கூழாங்கல்	59
39	நீயாகப் படரும் முற்றம்	60
	நன்றி	62

ஷமீலாவின் கவிதை மனம்

எம். ஏ. நுஃமான்

ஷமீலா யூசுப் அலி பன்முக ஆளுமை கொண்ட ஒரு படைப்பாளி. கவிஞர், ஓவியர், புகைப்படக் கலைஞர், பத்திரிகையாளர், விமர்சகர் எனப் பல்வேறு துறைகளில் அவருடைய திறமை கண்டு நான் வியப்பும் மகிழ்ச்சியும் அடைந்திருக்கின்றேன். இலங்கை - மாவனல்லையைப் பிறப்பிடமாகக்கொண்ட இவர், கடந்த சுமார் ஐந்தாண்டுகளாக இங்கிலாந்தைத் தன் புகலிடமாகக் கொண்டுள்ளார். பேராதனைப் பல்கலைக்கழகத்தில் சமுகவியலில் எம்.ஏ. பட்டம் பெற்ற ஷமீலா, ஊடகவியலிலும் எம்.ஏ., பட்டம் பெற்றவர். தற்போது இங்கிலாந்தில் கலாநிதிப் பட்டத்துக்கான முன்கட்ட ஆய்வில் ஈடுபட்டுள்ளார்.

தமிழிலும் ஆங்கிலத்திலும் சமமான எழுத்தாற்றல் உள்ளவர் ஷமீலா. கடந்த சில ஆண்டுகளாக *FemAsia Magazine* என்னும் பெண்களுக்கான ஆங்கில இணைய இதழின் பிரதம ஆசிரியராக இருந்து அதனைச் சிறப்பாக வெளிக்கொண்டு வருகின்றார். இவருடைய ஆங்கிலக் கவிதைகளின் தொகுப்பு *The Quest* என்ற தலைப்பில் ஏற்கனவே வெளிவந்துள்ளது.

சுமார் இருபது ஆண்டுகளாக ஷமீலா தமிழில் கவிதைகள் எழுதி வருகிறார் என்று நினைக்கிறேன். ஆயினும் அவர் அதிகம் எழுதியவர் அல்ல. நீயாகப் படரும் முற்றம் என்ற தலைப்பில் வெளிவரும் இதுவே அவரது முதலாவது தமிழ்க் கவிதைத் தொகுப்பு. குறைவாக எழுதி

நல்ல கவிஞர் எனப் பெயர் பெறக்கூடிய சிலருள் இவரும் ஒருவராக இடம்பெறுவார் என்ற நம்பிக்கையை இந்தத் தொகுப்பு தருகின்றது. இதில் 39 கவிதைகள் உள்ளன. இந்தக் கவிதைகள் எல்லாம் கடந்த பத்தாண்டுகளுக்குள் எழுதப்பட்டவை.

1980க்குப் பிந்திய ஈழத்துக் கவிதைகள் பெரும்பாலும் வெளிப்படையான சமூக அரசியல் பிரச்சினைகள் பற்றியனவாகவே காணப் படுகின்றன. எனினும், வெளிப்படையான சமூக அரசியல் பிரச்சினை பற்றிய கவிதைகள் என்ற வகையில் ஷமீலாவின் இந்தத் தொகுப்பில் அதிகம் இல்லை என்பது ஒரு குறிப்பிடத்தக்க அம்சமாகும். இத்தொகுப்பில் உள்ள ஓர் அங்குலமும் அசையேன் என்பதை அத்தகைய கவிதைக்குரிய ஒரே உதாரணமாகக் காட்டலாம். இது 2009இல் எழுதப்பட்டுள்ளது. இலங்கையில் இறுதி யுத்தத்தின் போது நிகழ்ந்த பேரழிவுக்கு எதிரான கவிஞரின் எதிர்ப்புக் குரலாக இதைக் கருதலாம். பலஸ்தீனக் கவிஞர்கள் தௌபீக் சையத், மஹ்மூத் தர்வீஷ் போன்றோரின் தாக்கம் இதில் தெரிகின்றது. இதுவே இந்தத் தொகுப்பில் உள்ள காலத்தால் முந்திய கவிதை.

இதைத் தவிர்த்துப் பார்த்தால், ஷமீலாவின் கவிதைகள் பெரும்பாலும் அவரது சுய அனுபவம், சுய உணர்வு சார்ந்தவையாகவே உள்ளன. அவருடைய அழகுணர்வு, அவருடைய ஆன்மிகம், பெண் என்ற பிரக்ஞை என்பன இந்தக் கவிதைகளில் வெளிப்படுகின்றன. பல கவிதைகளில் பெண்ணிய அரசியல் உட்பொதிந்திருப்பதை அவதானிக்க முடிகின்றது.

ஷமீலாவின் கவிதைகளில் காணப்படும் ஒரு முக்கியமான அம்சம் அவர் கையாளும் இயற்கை பற்றிய படிமங்கள் எனலாம். அவருடைய ஓவியங்களிலும், புகைப்படங்களிலும் காணப்படும் இயற்கையின் அழகிய பிம்பங்கள் அவருடைய கவிதைகளிலும் பரவலாக இடம்பெறுகின்றன. தன் உணர்வுகளையும் அனுபவங்களையும் இவற்றின் ஊடாகவே அவர் வெளிப்படுத்துகின்றார். கடலும் நதியும், கோடையும் மாரியும், மரங்களும் செடிகளும் மலர்களும், விலங்குகளும் பறவைகளும், வானமும் நிலவும் என அவரது கவிதைகள் இயற்கைப் படிமங்களால் நிறைந்துள்ளன. அவருடைய கவிதைகளில் அவை புது அர்த்தங்கள் பெறுகின்றன. கால் விரல்களுக்குள் ஒரு நதி என்ற கவிதையை இதற்கு ஒரு உதாரணமாகக் காட்டலாம்.

சுற்றிவரும் கூச்சல்கள்
சப்தங்கள் சந்தடிகளுக்குள்ளால்

உள்ளம் நழுவி
எங்கோவொரு கனவின் மீன்தொட்டிக்குள்
அசைந்து திரிகின்றது.

சமையலறை யன்னல் கட்டில்
வெண்ணிற ஓர்கிட்
எப்போதோ செத்துவிடுவேன் என்றழுத செடி
இப்போது பூத்திருக்கிறது.

வெண்மைக்குள் இளஞ்சிவப்பு நரம்பு
அப்பழுக்கின்மையும்
ஜீவனும் ததும்பியபடி...

கோடையின் வெம்பிய கரங்கள் ஊர்ந்து
வீட்டின் வெளிச்சுவரெங்கும் நிரப்பியிருக்கும்
நெருப்பு...
அணைய இன்னும் நேரமெடுக்கும்

அடைத்திருக்கும் கண்ணாடிகளூடே
ஒரு சின்ன விரிசலுக்குள்ளால்
குளிர்
வெட்கத்தோடு உள்நுழைகிறது.

செம்மஞ்சளும் சிவப்பும் கொட்டிய கோடைகால
அந்திவானம்...
தாழப் பறக்கும் மழைக் குருவிகள் காவிச் செல்லும்
இரவின் மழை...
என் விழிகளுக்குள் ஊறுகின்றன

கால் விரல்களிடையே
ஒரு நதி
மடைதிறக்கிறது!

கனவின் மீன்தொட்டிக்குள் அசைந்து திரியும் மனம், சமையலறை சன்னல் கட்டில் பூத்திருக்கும் ஓர்கிட், வெண்மைக்குள் இளம் சிவப்பு நரம்பு, கோடையின் வெம்பிய கரங்கள், வீட்டின் வெளிச்சுவர் எங்கும் நிரப்பியிருக்கும் நெருப்பு, அடைத்திருக்கும் கண்ணாடிகளூடே ஒரு சின்ன விரிசலுக்குள்ளால் வெட்கத்தோடு உள்நுழையும் குளிர், செம்மஞ்சளும் சிவப்பும் கொட்டிய கோடைகால அந்திவானம், தாழப் பறக்கும் மழைக்குருவிகள் காவிச் செல்லும் இரவின் மழை என இயற்கை பற்றிய அழகிய படிமங்களால் இந்தக் கவிதை

நிரம்பியுள்ளது. இந்தப் படிமங்களின் லயிப்பில் இன்னுமொரு அதிசயம் நிகழ்கின்றது. கால்விரல்களிடையே ஒரு நதி மடை திறக்கிறது. வெவ்வேறு மனநிலைகள், உணர்வுகள் ஒரு நதி போல இந்தக் கவிதைக்குள் ஊற்றெடுப்பதை நம்மால் உணரமுடிகின்றது.

ஷமீலாவின் சில கவிதைகளில் ஆன்மிகம் இழையோடுகின்றது. பயணம், ஆன்ம விசாரணை ஆகிய கவிதைகளை உதாரணமாகக் காட்டலாம். பயணம் மரணத்தின் பின்னான 'ஆன்மாவின் நெடும் பயணம்' பற்றியது எனக் கருதலாம். உடலைப் பிரிந்த ஆன்மாவின் குரலாகக் கவிதை விரிகின்றது. தளையறுந்த விடுதலையின் சங்கீதம் தான் எவ்வளவு மதுரமாய் இருக்கிறது என்கிறது ஆன்மாவின் குரல். என்னைப் படைத்தவன் பற்றிய சந்திப்புக் கற்பனைகள் புதுமணப் பெண்ணின் நாணங்களையும் படபடப்புக்களையும் மிகைக்கின்றன. என்னுடல் கப்றுக்குள் இறக்கப்படுகின்றது... மிக மென்மையாகப் பிடிமண்ணை அள்ளித் தூவுகிறார்கள். நான் இன்னும் மேலெழுகிறேன் என்று முடிகிறது கவிதை. இஸ்லாமிய சூபித்துவச் செல்வாக்கையும் நாம் இதில் காணலாம்.

காலங்களுக்கு அப்பால், அவளுடைய இறக்கைகள், கண் அழகர்கள், ஒரு நாட்குறிப்பும் ஒரு பாடலும்,உம்மும்மாவின் செம்புப்பானை முதலிய கவிதைகள் பெண்ணின் விடுதலைக் குரலாக ஒலிக்கின்றன. காலங்களுக்கு அப்பால் கவிதையை ஓர் எடுத்துக்காட்டாகத் தரலாம்.

நெரிக்கப்பட்ட சிந்தனைகளும் கசங்கிய கனவுகளும்
முடிவுறா ஒளிகொண்ட என் ஆன்மா
சபிக்கப்பட்டிருக்கிறது.
வழமையான மூலைகளில்
என்னைக் கட்டிவிடாதீர்கள்.

நான் இரவின் நட்சத்திர ஓடைகளில் கிடக்கும் போது
வானத்தின் வளைவில் தாரகைகள் சுவாசிக்கும்போது
அடர் இருளில்
தேடலின் செடியை நடுகிறேன்!

தங்கமும் வெள்ளியும் கொண்டமையினும்
கைவிலங்குகள்
இன்னும் என் கனவின் முற்றுப்புள்ளியே.

கடும் பச்சை நிறத்தில் கரையில்லாச் சமுத்திரம்
காலங்கள் தாண்டி விரிகிறது.

நான் எவருக்காகவும் காத்திருக்கவில்லை
என் இலட்சியம் நோக்கி நடந்திட.

ஏதிலி மரமும் அவள் முத்தங்களும் ஷமீலாவின் மிகச் சிறந்த கவிதைகளுள் ஒன்று எனலாம். ஏதிலி மரம் இந்தக் கவிதையில் ஒரு குறியீடாக இருக்கிறது. பெண்மை உயிர்ப்பிக்கும் ஒரு குறியீடாகின்றது. அவளது செவ்வூதா உதடுகளில் சுரக்கும் தேன் சொற்களும், முத்தங்களும்; அநாதித் தனிமையில் வலித்திருந்த ஏதிலி மரத்தைக் கிளர்ச்சி ஊட்டி உயிர்ப்பிக்கின்றன. கற்பனை ததும்பும் அதன் கடைசி வரிகளை இங்கு தருகின்றேன்:

வெடித்துக் கிடந்த தண்டுப் பாளங்களில்
ஆண்டுகள் கனத்தன
அதன் வைரம் பாய்ந்த பிளவுகளில்
அவள் மிக மெதுவாய் முத்தமிட்டாள்.

மரம் பூக்களை
வியர்க்கத் தொடங்கியது.
அவள்
விரல்களாகி ஊர்ந்தாள்
மரம் மயிர்கள் குத்திட்டுச் சிலிர்த்தன.

குறுங் கூதல் காற்றாகி அவள்
மரத்தின் கூந்தல் கோதினாள்
மரம் அசைந்து கொடுத்தது.

அவள்
சிறு தூறலாகி அதை நனைத்தாள்.

மரத்தின் உடம்பு
மழைக்காளான் போன்று
மென்மையாகிவிட்டது.

அவள் அதன் வெப்பத்துக்குள்
தன்னை ஒதுக்கிக்கொண்டாள்
மழை வலுத்துப் பெய்யத் தொடங்கியது.

ஷமீலாவின் கவிதைகள் பொதுவாக எளிமையானவை. அவற்றின் இருண்மைகூட மென்மையானவை. நாம் இலகுவாக அதற்குள் நுழையலாம்.

அவற்றின் கற்பனைச் செறிவில், பல்பொருண்மையில் நாம் லயிக்கலாம்.

அவர் இன்னும் பொருட் செறிவுடைய, சமூக, அரசியல் தளங்களில் அதிர்வுகளை எழுப்பக்கூடிய கவிதைகளைத் தருவார் என்ற நம்பிக்கையை இந்தத் தொகுப்பு தருகிறது.

ஷமீலாவுக்கு என் வாழ்த்துகளும் பாராட்டுகளும்.

முன்னுரை

நீலத் தும்பிகளாகும் சொற்கள்

இலையுதிர் காலத்தின் துயரமும் வெறுமையும் நிரம்பிய செம்மஞ்சள் நிறம் ஜன்னலுக்கு வெளியே அப்பிக் கிடக்கிறது.

குளிரின் வலிதரும் சோகப்பாடல் எல்லா இடங்களையும் ஆக்கிரமித்துக்கொண்டு படர்கின்றது. இலைகள் சிவப்பும் செம்மஞ்சளுமாய் நிலம் கொள்ளாது உதிர்ந்து கிடக்கின்றன.

தூரத்தில் ஒரு செடார் மரம் ரொம்பக் காலமாக அங்கேயே நிற்கிறது. அதிலொரு குருவிக்கூடு. அதில் அடைகாப்பதும் உணவூட்டலும் சிறகு முளைத்துப் பறப்பதுமாய் குருவிகள். ஒவ்வொரு காலத்திலும் அந்த மரம் வெவ்வேறு நிறங்களை அணிந்துகொள்கிறது அல்லது களைகிறது. ஆனால் அந்தக் கதகதப்பான குருவிக்கூடு அங்கேயே இருக்கிறது. சின்னக் கம்புகளாலும் குச்சில்களாலும் வேயப்பட்ட அந்தக் கூட்டுக்குள் அசாத்தியங்கள் சாத்தியமாகின்றன.

இட்டு நிரப்ப முடியாத நினைவுகளைச் சுமந்திருக்கும் இறந்த காலத்தை, உணர்வுகளில் கலந்திருக்கும் ஊர்வாசத்தை, எல்லோரு மிருக்கும் போதே என்னைச் சூழ்கின்ற தனிமையின் அந்தகாரத்தை, பரபரப்பாக இயங்கிக்கொண்டிருக்கும் வெளியுலகம் துண்டித்துப் போடுகின்ற படைப்பாக்க மனோநிலையை, மனசை மென்மையாகக் களைத்துப் போடுகின்ற பேரன்பின் மயக்கத்தை, இவற்றை எல்லாம் கடந்து செல்ல எழுதுவதோ, அது போன்ற இன்னொன்றோ தேவைப் படுகிறது.

கவிதை என்பது சொற்களின் தொழுகை.

நெகிழ்ந்து இழைகின்ற மனசில் பெயர் சொல்லப்படாத ஒரு பிரதேசத்தில் தானாய் நிகழ்கின்ற சொற்களின் தொழுகை.

ஆன்மாவுக்குள் நிகழும் அந்த அந்தரங்கமான உரையாடலை இன்னொருவருக்கு வாசிக்கக் கொடுப்பதென்பது என்னைப் பொறுத்தளவில் பெரும் பதற்றம் நிரம்பியதொரு செயல். எழுத்தை தன்னிடமிருந்து இன்னொருவருக்குப் பகிர்தலின் போது போலித் தன்மை, பாசாங்கு அல்லது அதீத மிகைப்படுத்தல் போன்ற விபத்துக்கள் நேரக்கூடும்.

வாழ்க்கையைப் போன்றே எழுத்தும் ஒழுங்கற்றதும் முன்கூட்டியே கணிக்க முடியாததுமாகவே இருக்கிறது. அந்தத் தன்மைகளே பின்னால் இழுபட்டுச் செல்கின்ற உந்துதலையும் கவர்ச்சியையும் அவற்றுக்குக் கொடுக்கின்றன.

வெளியே இயங்குகின்ற பரபரப்பான தளங்களிலிருந்து வேறுபட்டு முண்டும் முடிச்சுமான மர்மப் பாதைகளில் அலைந்து திரிகின்ற மனதின் தளும்பல்களை முழுசாக எழுத்துக்களுக்குள் பெயர்த்து எடுக்க முடியுமா என்றால் அதொரு கேள்விதான்.

அப்படி எழுதியும் எழுதாமலும் பாதியிலும் நிற்கும் மனசையும் அதன் ததும்பல்களில் சிலவற்றையும் இங்கு நீங்கள் காணலாம்.

இந்தத் தொகுப்பில் ஒன்றிரண்டைத் தவிர பிற கவிதைகள் எல்லாம் 2017க்கு முன்னர் எழுதப்பட்டவை. ஒவ்வொரு காலப் பிரிவிலும் நான் என்னவாக இருந்தேன் என்பதை இந்த எழுத்துகளூடாக நினைத்துப்பார்க்கிறேன்.

எழுதுதல் என்பது ஒரு சுகம், ஒரு வலி, ஒரு மயக்கம். அதைத் தாண்டி அது ஒரு கலகம்கூட.

இனி, நீயாகப் படரும் முற்றத்தில் இலைகளாகப் படர்கின்ற, நீலத் தும்பிகளாகிப் பறக்கின்ற சொற்களிடம் உங்களை விட்டு விடுகிறேன்.

ஷமீலா யூசுப் அலி

நவம்பர் 4, 2021
இங்கிலாந்து

1

பூனைகளின் கண்கள்

உடல் கறுத்த பச்சைக்கண் பூனை
ஜன்னலூடு சிந்தி வழியும் ஞாபகங்களை
மிதித்துக் கடக்கிறது

பூனைகளின் கண்கள்
மர்மக் கிணறுகள்
பயமூட்டுகின்றன

எப்போதுமே சொல்ல முடியாத ஏதோவொன்றை
தேக்கி வைத்திருப்பதாய்
தோன்றுகின்றன

சுருள் புகையாய் உள்ளிருந்தெழும்
என் சிறகுகளையெல்லாம்
அவை
சேகரித்துக்கொண்டேயிருக்கின்றன

போகின்ற இடமெங்கும்
கருநீலமாய்
பழுப்பும் சாம்பலுமாய்
இளவேனில் மாலை நிறமாய்
பூனைகளின் கண்கள்
இறைந்து கிடக்கின்றன

பூனைகளின் கண்களூடு
அமானுஷ்ய உலகங்கள் விரிகின்றன
நான்
இன்னும் ஊன்றிப் பார்க்கத் தொடங்குகிறேன்

பச்சைக்கும் மஞ்சளுக்கும் இடையில்
பதினொரு முறை உடைமாற்றுகின்றதென்

விழிகள்
வெற்றாக பூனைக் கண்ணி
என்கிறார்கள்

பூனைக் கண்ணுடையவர்களுக்கும்
பூனைகளின் கண்களுக்குள்
புதைத்திருக்கும் ஆழ்கடலுக்கும்
சம்பந்தமேயில்லை,
சில நிறப்பிரிகைகளைத் தவிர

பாதைகள் இறக்கும்
முட்டுச் சந்துகளில் திகைத்து நின்றுவிடுகிறேன்

மச்சு வீடுகளின் இருள் மண்டிய ஓரங்களிலிருந்தோ
உடைந்திருக்கும் தெருக் குழாயடியிலிருந்தோ
நிறுத்தி வைத்திருக்கும் வாகனங்களின்
வெதுவெதுப்பான அடிப்பகுதியிலிருந்தோ
எங்கிருந்தாவது ஒரு சோடி பூனைக் கண்கள்
முகிழ்த்து ஒளி உமிழ்கின்றன

தெருக்களின் நீட்சியை உறுதி செய்தபடி,
நான் மீண்டும் நடக்கத் தொடங்குகிறேன்
•

நவம்பர் 2016
மலைகள்.காம்

2

இலை மனசு

காலம் உறைந்த ஒரு தெருமுக்கில் கவ்வாலி
உயிரைத் திரளாக்கி ஊதும் ஓதல்
இலை மஞ்சள் சிவப்பாகி காற்றுக்கு அள்ளுப்படும் மனசு
ஒரு நிலையில் இல்லை நான்!

குவிந்த சிறு மலையாய் குந்தியிருக்கும் வேலைகள்
குவியாத கவனத்தின் தலைதடவிச் சொன்னேன்
அது அலைந்து திரிகிறது

வேண்டாம் என்பதையெல்லாம் வேண்டும் என்கிறது
எங்கோ இழுக்கும் கயிற்றுக்கு
இங்கு ஆடித் தவிக்கிறது

ஏழு பூட்டுக்கள் போட்ட அறைக்குள்
அடைந்திருந்த விஸ்டீரியாப் பூவிதழ்
ஆயிரம் விரல்களாய் தென்றல் உள் நுழைந்துவிட்டது
சுவர்க்கத்தின் ஜவ்வாது நறுமணம் நழுவுகின்றது

எப்படி நுழைந்தது என்று மீண்டும் மீண்டும்
கேட்கிறேன்

அரைத்த சந்தனத்தை அள்ளி யாரோ
என் கன்னத்தில் தடவுகிறார்கள்
பதிலில்லை!

குளிர்கிறதென் கணுக்கால் பச்சை நரம்பு

●

ஜூன் 2017
சொல்வனம், மலைகள்.காம்

3

உம்மும்மாவின் செம்புப் பானை

சுழன்ற பம்பரச் சிறுபருவம்
காடுகரைகள் கடந்தோடிய காலம்
உம்மும்மாவின் செம்புப்பானை
பரணிலிருந்து இறக்கப்பட்டது

ஒரு காலையின் சந்தோஷக் கணமொன்றில்
என் கட்டவிழ்ந்தோடிய கால்களிலொன்று
அதற்குள் கிடந்தது

ஒற்றைச் சிவப்புத்துளி துப்பட்டாவாகி
என்னை இறுக மூடியதோர் அந்தியில்
எனக்குள் இரு விடிவெள்ளிகள் முளைத்திருந்தன

என் கூர்விழிகளில் ஒன்று
பானைக்குத் தானமாகியிருந்தது

வெட்கம் பூசிய மருதாணி இரவொன்றின் முடிவில்
அறுந்த நாவு அதற்குள் விழுந்தது

எனக்குள் ஒரு மரம் வேர்கொண்ட
நேரம்
என் உடலைச் சுருட்டிப் பானைக்குள் அமுக்கினர்

செம்புப்பானை மீண்டும்
பரணில் ஏற்றப்பட்டது

மகளுக்காய் அது மீண்டும் இறங்கலாம்
நாளை என்பது நிச்சயமற்றது

●

டிசம்பர் 2016

4

கால் விரல்களுக்குள் ஒரு நதி

சுற்றிவரும் கூச்சல்கள்
சப்தங்கள், சந்தடிகளுக்குள்ளால்
உள்ளம் நழுவி
எங்கோவொரு கனவின் மீன்தொட்டிக்குள்
அசைந்து திரிகின்றது

சமயலறை யன்னல் கட்டில்
வெண்ணிற ஓர்கிட்
எப்போதோ செத்துவிடுவேன் என்றழுத செடி
இப்போது பூத்திருக்கிறது

வெண்மைக்குள் இளஞ்சிவப்பு நரம்பு
அப்பழுக்கின்மையும்
ஜீவனும் ததும்பிய படி

கோடையின் வெம்பிய கரங்கள் ஊர்ந்து
வீட்டின் வெளிச்சுவரெங்கும் நிரப்பியிருக்கும்
நெருப்பு
அணைய இன்னும் நேரமெடுக்கும்

அடைத்திருக்கும் கண்ணாடிகளூடே
ஒரு சின்ன விரிசலுக்குள்ளால்
குளிர்
வெட்கத்தோடு உள்நுழைகிறது

செம்மஞ்சளும் சிவப்பும் கொட்டிய கோடைகால
அந்தி வானம்
தாழப்பறக்கும் மழைக்குருவிகள் காவிச் செல்லும்

இரவின் மழை
என் விழிகளுக்குள் ஊறுகின்றன

கால் விரல்களிடையே
ஒரு நதி மடைதிறக்கின்றது!

●

ஆகஸ்ட் 2016

5

சுவர்க்கத்துப் பச்சை அடர்நீலம்

செந்தீப்பிழம்பு அந்தி பரபரக்கும்
ஒரு முன் இளவேனில் நாளின் விளிம்பு

உருகிய சொக்லேட் நிறச் சப்பாத்துக்கள்
கடக்கும் செவ்வகக்கல் பதித்த சாலைகள்

மஞ்சள் குளிர் மல்லிகைக் கொடி பிணைந்த
ஊதா வில்லோ மரத்தினடியில்
புறா அளவில்
ஒரு மெக்பைக் குருவி

அடர் நீலம் சுவர்க்கத்துப் பச்சை
குழைத்துச் செய்த கழுத்து

மண் முளைத்த புல் தரையில்
எல்லாப் பதற்றங்களிலிருந்தும் விலகி
அது எதையோ தேடுகிறது

அவை
அதிகாலையில் தொலைத்த பாடல்களாக அல்லது
இரவுக்கான நட்சத்திரங்களாக
அல்லது
அது போன்ற ஏதோவொன்றாக இருக்கலாம்

மனசைக் கழற்றி வீடு திரும்புகிறேன்

அகன்று இருளும் வானம்
ராட்சத வாகனங்களால் அதிரும் பழங்காலப் பாலம்
இரவுப் பூச்சிகளின் கீதங்களால் நிரம்பியிருக்கும் ஓடை
சலசலத்தோடும் தண்ணீரின் பெருக்கெடுப்பில்
சலனங்களின்றி உட்கார்ந்திருக்கிறது
ஒரு வெளிச்சம்

அதே சுவர்க்கத்துப் பச்சை அடர் நீலக் கழுத்தில்
சாஸ்வதமாய் ஒரு வாத்து

அது உட்கார்ந்திருந்த கல் பூவாய்க் கனிந்திருக்க
அதன் பார்வை
கோடை மழையின் வர்ஷிப்பினையும்
குளிர்காய்ச்சலில் நிலாப் பருகுதலையும்
ஒருசேர ஞாபகப்படுத்திற்று

●

மார்ச் 2017
மலைகள்.காம்

6

பயணம்

காடுகள் கழனிகள் தாண்டி மேலெழுகின்றதென்
ஆன்மா
இந்தப் பூமியின் அகன்ற வாயில்களை
மீண்டுமொருமுறை திரும்பிப் பார்க்கிறேன்

வெள்ளைப்பிடவைக்குள்
என்னை மணமூட்டிப் பொதித்து வைத்திருக்கிறார்கள்
காலங்களையெல்லாம் வென்ற களைப்பில்
கண்களிரண்டும் பொத்தியிருக்கின்றன

ஆன்மாக்களின் உலகிலிருந்து
பூமிக்கர்ப்பத்திற்கும்
ஆசைகளின் சடைத்த மரநிழல்களிருந்து
அமைதியாய் ஒதுங்கியிருக்கும்
மண்ணறைக்குமாய்
வாழ்க்கையெனும் நீள்காதை
பயணங்களின் முடிவற்றதோர் தொகுப்புத்தான்
தளையறுந்த விடுதலையின் சங்கீதம்தான் எவ்வளவு
மதுரமாயிருக்கிறது

நான் நடந்த பாதைகள், குடியிருந்த நூற்சுரங்கம், வீட்டறைகள்,
உறவுவேர்களின் பிணைப்புக்கள், எழுத்துகள், நட்ட செடிகொடிகள்
எல்லாவற்றையும் சூன்யமாக்கி விட்டிருந்தது
ஆன்மாவின் பயணம்

சாம்பிராணிப்புகையும் அத்தரும் கலந்த
அமானுஷ்ய வாசம் மெல்லிதாய்ப் பரவுகிறது
விட்டுச் செல்லும் பழங்குடை, உடைந்த பேனாவின் மூடி
பற்றியதான கவலைகளோ சடைப்போ
பயணிக்கு இல்லை

இஸ்ராயீலின் சிறகுகள் என் மேல்
மிக மெதுவாகக் கவிழ்ந்த
அந்த ஒரு விநாடியில்

உலகம் பற்றிய மாய பிம்பம்
உடைந்து சிதறிவிட்டது
ஆறடிக் குழிக்குள் அடங்கப் போகிறாய் என்று அச்சமூட்டியவர்கள்
ஆன்மாவின் நெடும் பயணம் பற்றிய அறிவற்றவர்கள்

எல்லையற்று விரிந்தோடும் வாழ்தலின் வெளி
மேலே நட்சத்திரங்களால் அலங்கரிக்கப்பட்ட வானம்
பயணம்
இப்போதுதான் ஆரம்பித்திருக்கிறது

என் சந்தூக்கைத் தூக்குகிறார்கள்

நான் இன்னும் மேலெழுகிறேன்
என் சந்தோஷங்களின் அதீத உடைப்புக்களில்
ஆன்மா
ஆயிரம் துகள்களாய் வெடித்துச் சிதறிவிடுமோ
அச்சம் துளிர்க்கிறது

என்னைப் படைத்தவன் பற்றிய சந்திப்புக் கற்பனைகள்
புதுமணப் பெண்ணின்
நாணங்களையும் படபடப்புக்களையும் மிகைக்கின்றன

என்னுடல் கப்றுக்குள் இறக்கப்படுகின்றது
மிக மென்மையாகப் பிடி மண்ணை அள்ளித் தூவுகிறார்கள்
நான் இன்னும் மேலெழுகிறேன்
●

ஆகஸ்ட் 2015
சொல்வனம்

7

அலறும் தொலைபேசி

ஆள் அரவமற்றதோர் தெருவின்
ஏதோவோர் வீட்டில்
ஒரு தொலைபேசி அலறிக்கொண்டிருக்கிறது

உச்சிக்குப் போன சூரியன்
கொஞ்சம் அயர்ந்திருக்கும்
உறுமநேரம்

தெருவோர நீர்த்தொட்டிக்கருகில்
அண்டங்காக்கையொன்று மட்டும்
கெந்திக்கொண்டிருந்தது

மீண்டும் அலறுகிறது தொலைபேசி
காலங்களைப் பின்னோக்கி
இழுத்தபடி

நிசப்தத்தின் கனதி தாண்டிய
அவசர அலறலாய்
முறைப்பாடாய்
கூக்குரலாய்
மணியடித்துக்கொண்டேயிருக்கிறது

அடிபட்டுச் செத்துக் கொண்டிருக்கும்
ஏழைக் காதலனுடைய
அல்லது
திடீர் மாரடைப்பில் துடிக்கும்
தனித்த முதிர் தந்தையொருவரின்
அழைப்பாக அது இருக்கக்கூடும்

தற்கொலைக்குத் தயாராகும்
எதிர்வீட்டுப் பெண்மணி
கடைசியாகப் பேச நினைத்ததாக

அவசரமாய்ப் பணம்
தேவைப்பட்ட ஒருவனின்
பதற்றத்தின் அழைப்பாக

குதிரை
வாங்கிக் கேட்ட மகளுக்காக
குதிரைப்பொம்மை வாங்கிய
தந்தையின் குரலாக

ஏதோவோர் வீட்டில்
ஒரு தொலைபேசி அலறிக்கொண்டிருக்கிறது!
•

செப்டெம்பர் 2016

8

திறக்கப்படாத கதவு

திறக்கப்படாத கதவுகளுக்குப் பின்னால்
வெகு நேரமாக
அவள் நின்றுகொண்டிருக்கிறாள்

இலகுவில் நெம்பி உடைத்து விட முடியாத உறுதியில்
இறுமாந்து தொங்கிக் கொண்டிருக்கும்
அந்தப் புராதனமான பூட்டு
துருப்பிடித்திருக்கிறது

கனக்கத் தொடங்கியிருக்கும் காலை
மாற்றி நின்று கொள்கிறாள்
ஷெஹர்சாதைப் போல் ஆயிரத்தோர் கதைகள்
அவள் அறியாள்

அதனால் ஷெஹ்ரியார்களினால்
ஒவ்வொரு இரவும் அவள் கொல்லப்பட்டாள்
மீண்டெழுதலையும்
இரகசியக் கனவு காணலையும்
அவளிடமிருந்து பிய்த்தெடுக்க முடியவில்லை

அவளின் துயரந்தோய்ந்த விழிகளில் எழுதியிருக்கும்
நம்பிக்கையின் பச்சை நிறக் கீற்றுக்கள்
கதவுகளில் அறைந்துகொண்டேயிருந்தன

எப்போதாவது கதவிடுக்குகள் அகன்ற போது
அவளது பார்வை
ஊசியாய் உள்நுழைந்தது
அவர்கள் பதறப்பட்டார்கள்
அவள் மற்றக் காலை மாற்றி வைத்துக்கொண்டாள்

வானம் இருண்டு சூல்கொண்ட மேகங்கள்

ஒன்றன்பின் ஒன்றாய் நகர்ந்துகொண்டிருந்தன

ஊழியின் கோரத்தாண்டவங்களோ,
எரிக்கும் வெயிற்பாலைக் கோடைகளோ
அவளுக்குப் புதிதல்ல

மழைநீர்
அவளது மெல்லிய தேகத்தைக்
கரைத்து விடுமளவு வஞ்சத்துடன்
இடைவிடாது பொழிந்துகொண்டிருந்தது

அவளோ சலனங்களற்ற சன்னியாசி போல
பூட்டை வெறித்துக்கொண்டிருந்தாள்

காலம் அவளை
வெகு வேகமாகக் கடந்துகொண்டிருந்தது

அவள் பேசவில்லை
அதிகம் பேசுவது பற்றிய அபரிமிதமான
நம்பிக்கை அவளுக்கில்லை
ஆனால் அவள் தனக்காகப் பேசக்கூடிய ஏதோவொன்றைத்
தயாரித்துக்கொண்டிருந்தாள்

காலங்களின் இருண்மையில் கனக்கும் அந்தப் பூட்டு
மௌனித்திருந்தது
அதன் சாவிகளோ
அகங்காரத்தின் பெருவெளியில்
கைகட்டி வாய் பொத்தி நின்றிருந்தன

அவள்
வெறும் கனவுகளைப் பொறுக்கும் பட்டாம் பூச்சியல்ல
கனவுகளுக்கு இறக்கை கட்டுபவள்

புறக்கணிக்கத்தக்கதோர் கணத்தின் ஒரு அசட்டுத் துணிச்சலில்
அவள் எம்பி அந்தப் பூட்டைத் தொட்டாள்

பூட்டு உதிர்ந்து விழுந்தது!

●

மே 2016
ஆக்காட்டி

9

கண்ணாடி மீன்கள்

நிலவொளி இரவுகளையோ
சமுத்திரத்தின் கர்ப்பத்திலுள்ள முத்துக்களையோ
பற்றிய அறிவு அதற்கில்லை
அதுவோர் கண்ணாடி மீன்
அதைச் சுற்றிய கைதட்டல்கள் பற்றி
கர்வம்கொண்டிருந்தது

எல்லையிலாப் பெருவெளிகள் தாண்டி
வலிக்க நீந்திச் செல்லும் மீன்களைப் பற்றியும்
எதிர்பாராத மர்மங்கள் தரும் விடுதலை பற்றியும்
அதற்கெந்தக் கிளர்ச்சியும் இல்லை

கண்ணாடித் தொட்டிக்கப்பால் அதிகபட்சம்
வரவேற்பறை உலகம்

அண்டசராசரங்களையே சுற்றி வருவதாய்
ஒற்றையாயொரு சோழிக்கிளிஞ்சலை
சுற்றி வந்துகொண்டிருந்தது
ஒக்சிஜனையே
செயற்கையாய் நுகர்ந்து கொண்டிருக்குமதற்கு
அமாவாசை இரவுகளின்
அலைப்பெருக்கென்ன தெரியும் ?

அகன்றலையும் வானம் பார்த்து
கடல் நுகரும் கனவுகள்கூட
அதற்கு வந்ததேயில்லை

அகழ் சமுத்திர மீன்கள்
அலட்டாமல் நீந்திச் சென்றுகொண்டிருந்தன

முடிவறாத காலங்கள் தாண்டி
கண்ணாடி மீனோ அகம்பாவத்துடன்
சுதந்திரம் பற்றிப் பேசிக்கொண்டேயிருந்தது

●

ஏப்ரல் 2015

10

என்னைக் கொஞ்சம் தனியாக விடு

'என்னைக் கொஞ்சம் தனியாக விடு'
இந்த வார்த்தை உனக்கு அதிர்ச்சியைத் தருகிறது
அல்லது அயர்வைத் தருகிறது

உடனே என் நேசம் பற்றி பதற்றம் கொள்கிறாய்

எரிநெருப்புச் சுள்ளியாய் சடசடவென்று கோபம் தலைக்கேறும்
ஒரு கணம்
நான் என்னுடன் மட்டும் இருக்கவே விரும்புகிறேன்

எப்போதும் தலைக்குள் மனிதர்கள்
நடமாடிக் கொண்டேயிருக்கிறார்கள்

அவர்களையெல்லாம் ஒரேயடியாய் இறக்கி வைக்குமோர்
ஓய்வு தேவை

காட்டுத்தீ தாவலாய் ஒன்றிலிருந்து இன்னொன்றாய் சிந்தனைகள்
வர்ணங்களில் கரைந்தோர் ஓவியம் வரைகிறேன்

ஒரு வினாடி நகர்வில் உடைகின்றது உள்ளம்
சில்லுகள் ஒவ்வொன்றாய்ப் பொறுக்கி
ஒட்ட வைக்க விரும்புகிறேன்

வாசித்து இடையில் வைத்த புத்தகத்தின் மையல்
இப்போதெனக்கு உரையாடல் சாத்தியமே இல்லை

ஆன்மா களைத்திருக்கிறது

என்னையே நான் கொஞ்சம் தனியாகச் சந்திக்க வேண்டும்
•

நவம்பர் 2015

11

சிறகுகள் அற்ற மௌனம் அல்லது மயானம்

மௌனம்
டமஸ்க் ரோஜாவின் மென்மணமாய்
வீடெங்கும் விரவிக்கிடக்கிறது

அது
எனக்கு மிகப் பிடித்த புத்தகம்
நான் குறைவற்றணியும் வெண்ணிற ஆடை

அலையும் மேகமும் மழைக்குருவியும்
பார்க்க நிச்சலனமாய்
விழியிரண்டும் ஜன்னல் தாண்டி
வெகுதூரம் சிறகடித்துப் பறக்கின்றன

ஊதாவும் வெண்மையும் ஊடோடிய
கண்ணாடிக் கோலிகளாய்
நகர்ந்தோடி அகமெங்கும் விழுந்துருளும்
சிரிப்பு மட்டும் விதிவிலக்கு

இரைச்சல் காகமாகிக் கரையும்
துண்டுப்பூமிகளிலிருந்து என்னைக் கழற்ற
ஸென் இசையின்
காற்றிலாடும் மெல்லிய நூலேணியில்
தொத்திக்கொள்வேன்!

அதிகாலை ஹூத் ஹூத் பறவையின்
தியானம்
என் பஜ்ருத் தொழுகையைத்
தூக்கி வரும்

எனக்குப் பிடித்த ரோஜாக்களையெல்லாம்
நிலம் கிளர்த்திப் பிடுங்கிப் போகிறது

சிறகுகளோ ஊடலின் பாடல்களோ அற்ற
உன்
மௌனம்
●

மார்ச் 2017
மலைகள்.காம்

12

ஊதா யானை

சுத்தமாய் வெள்ளைத்தாள்
சிதறிய கிரெயோன் கலர்கள்
இரண்டு கோடுகள்
ஒரு கோணல் வட்டம்
நம்பிக்கையோடு
யானைக்கும் தும்பிக்கையும் ஆயிற்று

குழந்தைக்கோ கர்வம்
ஊதாநிற யானையுடன் ஊர்ந்துபோயிற்று

யானைக்கு ஊதாநிறமா?
அதிருப்தியோடு கேட்டார் ஆசிரியை
இரண்டு கால் யானை எங்குள்ளது
அடித்துத் திருத்தினார்

குழந்தையின் ஊதா யானை ஊனமுற்றுப்போக
அதன் மனசின் மேலே தன் செருப்பு சப்திக்க
நடந்து போனார் ஆசிரியை
●

ஜூலை 2011

13

அவளுடைய இறக்கைகள்

அவளுக்கு இறக்கைகள் இருப்பது
பலகாலம் அவளுக்கே தெரியாது

இறக்கைகள் சைத்தானுக்குரியவை
என்றுதான் அவளுக்குச் சொல்லப்பட்டது
தேவதூதர்களுக்கும் அவை உண்டென
அவளாகத்தான் அறிந்தாள்

இறக்கைகளின் அபாயங்கள்
வான்பரப்பில் அவள் சந்திக்கக்கூடிய துர்சொப்பனங்கள்
வாய்வலிக்கச் சொன்னார்கள்

வேண்டாமென்று சொல்லச் சொல்ல
வேண்டும் வேண்டுமென்று மனசு அடம்பிடிக்கும்

அவளுக்குள்ளும்
இறக்கைகொண்டு பறத்தல் பற்றிய ஆசை கிளர்ந்தது

அவளுடைய இறக்கைகள்
ஒளித்துவைக்கப்பட்டிருந்தன

கடந்த காலத்தின் தூசு நிரம்பிய பரணொன்றில்
அவை அடங்கிக் கிடந்தன

உனக்கு அனுபவம் போதாது
உன்னால் இந்த வயதில் பறக்க முடியாது
இப்படி இருவகையில் சொல்லிப் பார்த்தார்கள்

அவளுக்கு அணிவிக்கப்பட்டிருந்த ஆபரணங்களைக் களைந்தாள்

இறக்கைகளைத் தூசு தட்டினாள்
சுற்றியிருந்தவர்கள் இருமத் தொடங்கினார்கள்

இறக்கைகளில் ஜீவகளை நிரம்பியது
அவள் பறக்கத் தொடங்கினாள்
வானம் நினைத்ததைவிட மிக மிக விசாலித்திருந்தது
●
பெப்ரவரி 2015

14

போர்வை

உதடுகள் சிரித்துக்கொண்டிருக்கின்றன
கால்களோ காலங்களின் அந்தப்புரங்களில்
நடந்துகொண்டிருந்தன
இறந்த காலத்தின் அறைச்சுவர்கள்
ஒலிகளாலும் வாசனைகளாலும்
நிரம்பியிருக்கின்றன

மாபிள்கள் கழன்ற குளியலறையின்
ஒரு முனை உடைந்த கண்ணாடிக்குமுன்
வாப்பா
சவரம் செய்துகொண்டிருக்கிறார்

குதிபோடும் பத்தாம் பிராயத்தில்
குதியுயர்ந்த வெண்ணிறச் சப்பாத்துக்கள்
என் கால்களை
நிரம்ப அழகாய்க் காண்பிக்கின்றன

வீட்டின் பின்புற வளவில்
சுற்றியபடியிருக்கும் என் பால்ய சகாவுடன்
வெட்டிப் போட்டிருக்கும்
தென்னை மரக் குற்றியில் நடந்தபடி
பொய்யென்று தெரிந்தும் கேட்டுக்கொண்ட
சாகசக் கதைகள்

உம்மா அடுப்படியில் ஆக்கும்போது
சுடச்சுட வாய்க்குள் அள்ளிப் போட்டுக்கொண்ட
அரை வேகல் இறைச்சியின் மணம்

காதில் விழும் வானொலி நாடக வரிகளில்
காதலிப்பது என்பதை காது வலிப்பதென்று நினைத்த

ஏழு வயதின் குழப்பம்
கண்விழிக்கும் போது
அறை ஜன்னலூடே உயரத் தெரியும்
குருவிக்கூடு

வாப்பா கொழும்பிலிருந்து கொண்டுவரும்
விளையாட்டுப் பொருளுக்காய் அடிக்கொரு முறை மணி கேட்டு
வர முன் முந்திக்கொண்ட உறக்கம்

நிலைப்படியில் ஆடியபடி
உம்மாவிடம் தஃலீமுல் குர்ஆன் ஒப்புவித்தது

வில்லும் அம்பும் செய்து
தனக்குத்தானே விளையாடிக் கொண்ட ரொபின் ஹூட்

கிரிகெட் பித்துப் பிடித்தலைந்த நாட்களில்
பரீட்சைக்குப் படிக்காது
டீவிக்கு முன்னால் தவமிருந்த பதின்மம்

மின்சாரம் அறுந்த இரவொன்றில்
வெளித் திண்ணையில் குந்தியிருந்து
சஹீதாவும் நானும் கதைத்த எதிர்காலக் காதைகள்

தபால்காரன் மணிச் சத்தம்
பழுப்பு உறைகள் தாங்கிவரும்
நண்பிகளின் விடுமுறைக்கால கிறுக்கல்கள்

வீட்டுத் தொலைபேசியின்
அனாமதேய அழைப்புகள் தந்த
பயங் கலந்த கிளர்ச்சி

நாலடித் தொட்டிக்குள் மூவராய்க் குளிப்பது
என்ற பெயரில் சிக்கன நீச்சலடிப்பது
நீருக்குள் மூச்சுப்பிடிக்கும் போட்டியில்
சமயங்களில் புரையேறுமந்த உணர்வு

ஆளுயரக் கண்ணாடியில் நான் அணிந்ததால்
முழங்கால் வரை நீண்டிருக்கும்
வாப்பாவின் ஸ்கவுட் யுனிபோர்ம்

பாசிபடர்ந்த பழைய கிணற்றுக் கட்டில் கால் குத்தி
உள் பார்த்தபடியிருக்கும் என் சிந்தனைகள்

புளிப் பேரக்காய் பிளந்து
உள்ளொரு உப்புக் கட்டி வைத்து
உறிஞ்சியபடி வாசித்த புத்தகங்கள்

நினைவுகளின் கதகதப்பான போர்வைக்குள்
உறங்கிக் கொண்டிருக்கும்
என்னை தயவு செய்து யாரும் எழுப்பிவிடாதீர்கள்

இங்குதான் நான் மிகப் பத்திரமாய் உணர்கிறேன்
●

ஏப்ரல் 2016

15

இரவின் கரை

ஒரு களைப்பூட்டும் நாளின் கரையோரம் இரவு

நாள் முழுதும் சக்கரமோடிய ஒரு பெண்
இரவின் மடியிலாவது கண்ணயர முயல்கிறாள்

அவமானங்கள் கூர்முள்ளாய் உறுத்திய கணங்கள்
இரவுக்குள் பூட்டப்படுகின்றன

எங்கோ ஒரு மூலையில் ஓர் ஆண்
ரகசியமாய் அழுதுகொள்கிறான்

குழந்தைகள் கனவில்
சுவர்க்கத்தைக் கண்டு சிரிக்கிறார்கள்

ஒரு எழுத்து இராட்சசி
அப்போதுதான் எழுந்துகொள்கிறாள்

கன்னிப்பெண்
வருங்காலக் கணவனைக் கற்பனை செய்கிறாள்

முதிர்கன்னியோ
கன்னத்தின் கடைசி கண்ணீர்க் கோட்டை
இரவின் சுவரில் வரைகிறாள்

மனித மனதின் ஏமாற்றங்கள்
ஒரு தூக்கத்துக்குள் அடங்கிவிடுகின்றன
இரவு வரும் போது பெருமூச்சுகள் வருகின்றன
ஏதோ ஒரு நிம்மதியில் இறுக மூடுகின்றன விழிகள்

●

மே 2014

16

ஆன்ம விசாரணைகள்

அவர்கள் வந்தார்கள்
கதவுகளைத் தட்டினார்கள்

வழமையான தட்டல் போல இருந்தாலும்
அது வழமையான தட்டல் அல்ல

சுகநல விசாரிப்புகளுக்குப் பின்னர்
எல்லையற்று விரியும்
சிந்தனைப் பெருவெளி நோக்கி
நடக்கத் தொடங்கினோம்

எதுவும் திட்டமிடப்படவில்லை
புனைவுகள் முலாம்களுக்கு அப்பால்
ஆன்மாக்களால் மட்டுமே சிறகடிக்கக்கூடிய
காலத் துணுக்கு அது

ரசம் பொருந்திய திராட்சைகளைவிட
ஆன்ம விசாரணை
போதையூட்டக்கூடியது
காலத்தின் அடங்காத ஓட்டத்தில்
நிதானித்துப் பருகக்கூடிய
நீர்ச்சுனைகளுக்கு அருகே தாமதித்தோம்

சிறகுகளை விரித்து மேலெழுந்த போது
கீழே பூமி புறக்கணிக்கத்தக்க
புள்ளியாய்த் தெரிந்தது

விவரிக்க முடியாததோர் வானம் விரிந்திருந்தது
திடீரெனப் பயணம் அறுந்தது

சொல்லாமல் கொள்ளாமல்
சென்றிருந்தார்கள்

அழகான முலாம் பூசிய வார்த்தைகள் மட்டும்
மூலையில்
அறுந்த செருப்புகளாய்க் கிடந்தன

பொய்களூடு ஒளிந்திருக்கும் உண்மை
நிர்வாணமாய் இருக்கிறது

●

செப்டெம்பர் 2014

17

ஒற்றைக்காலூன்றி

ஆயிரம் யன்னல்களையும் அடித்துச்சாத்துங்கள்
இல்லை என்ற வார்த்தையை அள்ளிவிடுங்கள்

ஒரு யாசகனின் திருவோடாய் வந்த என் இதயம்
இப்போதோ ஒரு ஈந்தளித்துக் களிக்கும் செம்மலாய்
மாறிவிட்டது

ஒரு தொழுகைப் பாயில் உயர்த்தப்படும் கரங்கள்
ஏழுவானங்களையொத்த வெகுமதிகளின்றி வெறுமையாய்
திருப்பப்படுவதில்லை

என் றப்பே!
நீ நினைக்காத ஒன்றை நான் அடையவோ
நீ நினைத்தவொன்றை நான் அடையாமலிருக்கவோ
முடியுமென நினைக்கும் அபத்தம் நானில்லை

கஞ்சிக்கும் நாதியற்ற தெருவோர பக்கீர் நானாவுக்கும்
ஆட்டுக்கறி செரிக்க அரை மைல் நடக்கும் அக்பர் ஹாஜியாருக்கும்
உணவளித்துப் படியளக்கும் உன் கதவுகள்
யாரிடமும் ஏந்தாமலுனை மட்டும் இறைஞ்சும்
எனக்காகத் திறவாதா?

எல்லைகளின்றி ஓடிச்செல்லும் பெருவெளியில்
ஒற்றைக் காலூன்றிக் காத்திருக்கிறேன்

இடி இடித்துப் பெய்ந்தோடும் அடை மழையும்
சொர்க்கம் பிய்த்தெடுத்த துண்டொன்றும்
அனுப்பிவை

•

ஆகஸ்ட் 2011

18

தேடல்

தேடலின் ஒரு ஆயாசப் பொழுதில்
கோடை வாழ்க்கையின் மழைக்கால வர்ஷிப்பாய்
ஆன்மாக்கள் சந்தித்துக்கொள்கின்றன

ஆன்மாக்களின் உலகம்
கூடுகளுக்குள் படபடக்கும் உயிர்க்குருவிகள்

கூட்டாய் ஏகாந்தமாய் இன்னொன்றாய் இவ்விரண்டாய்
அன்பும் வெறுப்பும் காதலும் கனிவும் கோபமும் கலந்து கலந்து
விருட்சக்கிளைகளில் அந்தமில்லாப் பொழுதொன்றில்
கனவின் சாயல்களாய்
ஒட்டிக்கொண்டிருந்த இறகுகளின் மிச்சம்

பூமி தொட்ட பின்
மறந்திருந்த நினைவுத்துகள்கள்
ஆன்மாக்கள் சந்திக்கும் தேவ விநாடிகளில்
நிலம் கிளர்த்தி மேலெழும் செடி முளைகளாய்
சர்வ நிச்சயமாக ஞாபகத்துக்கு வருகின்றன

பிறப்பைவிட வாழ்க்கைக்கு ஆதி வயது
மரணமெனும் பூட்டப்பட்ட வாயிலுக்கு அப்பாலும்
அது விரிந்தே கிடக்கிறது

●

ஒக்டோபர் 2014

19

நினைவின் ரயில்

இலங்கையில் வெள்ளம்
மல்வானை, வெல்லம்பிடிய
மாவனல்லை
மண் சரிவுகள்
மனிதாபிமான உதவிகள்
பிரார்த்தனைகள்
செல்பிகள்
இன அழிப்பின் இறுதி யுத்தம்
வங்க தேசம் கடக்கும் புயல்
குவிந்து கிடக்கும் வேலைகள்
இன்னும் வாசிக்க வேண்டிய புத்தகங்கள்
லைப்ரரிக் கார்ட்
பீ எச் டீ
நாளைக் காலை சமையல்
உம்மா
வாப்பாவின் முகம்
டெட் லைன் தாண்டிய பத்திகள்
எழுதாத டயறிப் பக்கங்கள்
ரோசாச் செடிக்கு நீரூற்றல்
லெப்டாப்பில் வைரஸ்
ஓவியம் வரைய வாங்கிய பழைய கென்வாஸ்
இன்னும் பிரிக்காத தையல் மிஷின்
இன்பொக்ஸ் மெசேஜ்கள்
தமிழச்சி தங்கபாண்டியன்
இனாரா

ரமழான்
சூறதுர் ரஹ்மான்

ஒன்றுக்கொன்று சம்பந்தமேயில்லாத
எல்லாமே சம்பந்தப்படுகின்ற
நினைவின் ரயில்
தண்டவாளம் அதிர ஓடிக்கொண்டேயிருக்கிறது
●

மே 2016

20

பெயராத வீடு

வீடுகளுக்கு உயிருண்டா அறியேன்
சுவர்களில் காதைப் பொருத்துங்கள்
உயிர் ததும்பும் இளஞ்சூட்டினை உணர்கிறேன்

நேசம் மிகுந்ததோர் மனிதனைப் பிரியும் போதான வேதனை போன்றோ
அல்லது அதை விட கொஞ்சம் குறைவாகவோ
வீடுகளை விட்டுச்செல்லும் போது ஏற்படும் வெறுமை உறுத்துகிறது

பயணங்களில்
அந்துவான வெளிகளில்
தனித்திருக்கும் வீடுகளைப் பார்க்கும் போது
இலேசான பதற்றம் தொற்றிக் கொள்கிறது

ஒரு காலத்தில் சிண்டும் நண்டுமாய் மிதிபட
இண்டு இடுக்கெல்லாம்
கலகலப்பு சிந்திக் கிடந்த வீடுகளின்
இப்போதைய மௌனம்
தாங்கொணாமல் விரைவில் வீடு திரும்புகிறேன்

வீடுகள் தனித்துவமானவை
சில வீடுகளைக் கண்டவுடனேயே பிடித்துப் போகின்றன
சிலவற்றை எப்போதுமே பிடிக்காமல் போய்விடுகின்றன

முஸல்லாவில் தலை வைத்து
இறைவனுடன் சண்டை பிடிக்கும்
தொழும் மூலை

சின்னக் கோபங்களில் அறைந்து சாத்தப்படும்
வலி சுமந்த அறைக்கதவுகள்

குளிக்கின்ற தனிமையில் சிரித்து வைத்து
சாயம் மங்கிய கண்ணாடியைத் தாங்கியிருக்கும்
வெதுவெதுப்பான குளியலறை

தாளிதங்களின் வாசனைகள், அடிப்பிடித்த சோறு
எண்ணெய் சித்திரங்கள் வரைந்த சமையலறை
மன்னிக்கவும் சகலதுக்குமான அறை

அதிகாலையில் யன்னல் திறக்க
ஊவென்று உட்புகும் கூதல் காற்று
அடுப்பில் தேநீருக்காய்க் கொதிக்கும் கேத்தல் சூடாய் சுவாசிக்க
மேலெழும் கதகதப்பான ஆவி

நாள் முழுக்கக் களைத்து உள்நுழையும் போது
கால் நீட்டி புத்தகமும் கோப்பிக் கோப்பையுமாய்
சிறுதுயில் கொள்ளும் வரவேற்பறை

யன்னல் சடசடக்க நீலமும் ஊதாவுமாய்
வானம் பார்த்து டயறி எழுதும்
மேற்கு மூலை

நிலாக்காயும் முன்னிரவுகளில்
வலுக்கட்டாயமாய் விரிந்திருக்கும்
நட்சத்திரங்கள் பதித்த ஆகாயம்
படர்ந்திருக்கும் படுக்கையறை

தனிமையாய் இருக்க நினைக்கும் நொடிப் பொழுதுகளில்
அரவங்கள் அற்றதாய்
வரவேற்கும் ஆளில்லாத வீடு

ஒரு வீட்டைப் பிரியும் போது வலிக்கிறது
அது சொந்தமாய்த் தான் இருக்க வேண்டுமா
கூலி வீடாய் இருந்தால்கூட வலிக்கிறது

நினைவுகளின் வேர்கள் படர்ந்திருக்கும் சுவர்களையோ
துக்கம் தொண்டை அடைக்கும் கண்ணீர்த்துளிகளையோ
சந்தோஷப் பொழுதுகளின் ஆனந்தச் சிணுங்கல்களையோ
பெயர்த்துச் செல்ல முடியாத இயலாமை
நிரம்பவும் வலி தருகிறது

●

நவம்பர் 2014
எதுவரை

21

கண்ணாடி

உனையன்றியெனை யாரறிவார்
என் இறைவா

காலத்தின் முடிவிலி மடியில்
நூறு சூரியன்களும் ஒரு கோடி விண்மீன் வானமும்
எழுதும் கனவெனக்கு

கண்ணாடி எனக்கு எதிர்காலம்தான் காட்டுகிறது

துரத்திவரும் இருட்டையெல்லாம்
அழித்தொரு நிலாச் செய்வேனோ?
இல்லை,
தோன்றும் நிலவையெல்லாம்
விழுங்குமொரு இருட்டாவேனோ

ஒற்றையடிப் பாதையெங்கும்
ஒட்ட வைத்த விழிகள்

பாதைகளே சறுக்கடிக்கும்

துணை நீ இல்லாத போது வெறும் பெண் நான்
என் இறைவா

காலமென்னும் கண்ணாடி முன்னால்
இதோ நான்,
எந்தக் காலத்தைக் காட்டப் போகிறாய்?

●

டிசம்பர் 2012

22

காலங்களுக்கு அப்பால்

நெரிக்கப்பட்ட சிந்தனைகளும் கசங்கிய கனவுகளும்
முடிவுறா ஒளிகொண்ட என் ஆன்மா சபிக்கப்பட்டிருக்கிறது

வழமையான மூலைகளில் என்னைக் கட்டிவிடாதீர்கள்

நான் இரவின் நட்சத்திர ஓடைகளில் கிடக்கும் போது
வானத்தின் வளைவில் தாரகைகள் சுவாசிக்கும் போது
அடரிருளில் நான் என் தேடலின் செடியை நடுகின்றேன்

தங்கமும் வெள்ளியும் கொண்டமையினும்
கைவிலங்குகள் இன்னும் என் கனவுகளின் முற்றுப்புள்ளியே

கடும்பச்சை நிறத்தில் கரையிலா சமுத்திரம்
காலங்கள் தாண்டி விரிகிறது

நான் எவருக்காகவும் காத்திருக்கவில்லை
என் இலட்சியம் நோக்கி நடந்திட

●

ஆகஸ்ட் 2013

23

ஓர் அங்குலமும் அசையேன்

என்
பேனாவை நிலத்தில் குத்தி உடை!

என்
மடிக்கணினியைப் பிடுங்கி
ஓங்கி நிலத்தில் அடி!

என்
குரல்வளையை
உன் விரலிடுக்கில் நசுக்கு!

துப்பாக்கியைத்
தொண்டைக்குள் குத்து!

அநீதிக்கு எதிராய்க் கொதித்தெழுந்தவர்களின்
சடலங்களைக் காட்டு

என்னை
சின்னாபின்னப் படுத்து

என் குடும்பத்தை
இகழ்

என்
பாதையைப் பெயர்த்து எடு

நான் வாழும்
குடிசைக்கு
நெருப்பு வை!

என்
சோற்றில்
நஞ்சு வை!

என் எழுத்துக்களில்
காறித்துப்பு!

உன்
எதேச்சதிகாரத்துக்கு எதிராக
ஓர் அங்குலமும் அசையேன்!!!

●

ஜூன் 2009
மலைகள்.காம்

24

ஒரு நாட்குறிப்பும் ஒரு பாடலும்

என்றேனும் ஒரு பொழுதில்
மரணத்தின் பின்னரானதொரு பெருவெளியில்
என் நாட்குறிப்பை
நீங்கள் வாசிக்கக்கூடும்

இவளுக்குள் இத்தனை திமிரா
என நீங்கள் திகைத்தல் கூடும்

பாடவியலாமலே வாழ்ந்திருந்ததென்
பாடலொன்றினை
அதற்குள் நீங்கள் கேட்கலாம்

வெளிக்காற்றைச் சுவாசிக்காமலே
இறந்து போனவென்
குழந்தையின் துள்ளலை நீங்கள் ரசிக்கலாம்

பச்சை என்றும் சிவப்பு என்றும்
நீங்களெல்லாம் பொதுமைப்படுத்தும்
ஆறாயிரத்தொரு நிறங்களின்
தனிப்பெயர் வரிசைகளை நீங்கள் சந்திக்கலாம்

எனக்குள் முளைத்துக் கிடந்த
விருட்சத்தினளவை
தனக்குத்தானே தண்ணீர் தயாரிக்கும்
வேர்களின் தினவை
நீங்கள் வியக்கக்கூடும்
அல்லது வெறுக்கக்கூடும்

'நான்' என நீங்களறிவது நானன்று
நீங்கள் அறியாத 'நான்' என் நேசிப்புக்குரியவளெனினும்

உங்கள் ஜீரணத்துக்குரியவள் அன்று!
என்றேனும் ஒரு பொழுதில்
மரணத்தின் பின்னரானதொரு பெருவெளியில்
என் நாட்குறிப்பை
நீங்கள் வாசிக்கக்கூடும்

அதுவரை
உங்களுக்கான 'நான்' ஆக
வாழ்ந்தாக வேண்டியிருக்கிறது
●

செப்டெம்பர் 2011

25

யாரும் ஜன்னல்கள் வாங்கவில்லை

ஜன்னல்கள் சுமந்து
களைத்தவனின்
தெரு நீண்டுகொண்டே சென்றது

யாரும் ஜன்னல்கள் வாங்கவில்லை

பாடசாலையொன்றில்
பழஞ்சுவரொன்றில் தூசுபடிந்த ஜன்னல்கள்
சாத்தி வைக்கப்பட்டிருந்தன

ஜன்னல்கள் வேண்டுமாவென
அவன்
மீண்டும் மீண்டும்
கூவிக்கொண்டிருந்தான்

அலுவலகத்துக்குச் செல்லும் எலிகள்
கால்களில் சக்கரங்களைக் கட்டிக்கொண்டிருந்தன

தெருவோரத்தில் ஒரு கலாநிதி
ஜன்னல்கள் என்றால் என்னவென்று
கேட்டுக்கொண்டிருந்தார்

அடுப்பங்கரையில் வெந்துகொண்டிருந்த
பெண்களின் பயந்த கண்கள்
ஜன்னல்காரன் மேல் படர்ந்து திரும்பின

ஜன்னல்கள் நரகத்தின் சாபவாயில்
மதகுரு உபதேசித்துக் கொண்டிருந்தார்

குழந்தை ஜன்னல்களுக்குள்ளால்
இறங்கப்போனது
அதன் தாய் ஓவென்றலறினாள்

திடுக்குற்று உறைந்தன பிஞ்சுக்கால்கள்
மூடிய அறைகளுக்குள்
புகைத்துக்கொண்டிருந்த கவிஞர்களின்
தலைமாட்டில் தொங்கியது
ஜன்னலின் புகைப்படம்

மூடிய ஜன்னல்களில்
வர்ணங் குழைத்துக்கொண்டிருந்தான்
ஓவியன்

ஜன்னல்காரன்
குரலை எலி கத்தரித்திருந்தது

ஆனால்
ஜன்னல்களை எவரும்
வாங்கவில்லை

●

நவம்பர் 2016
மலைகள்.காம்

26

ஏதிலி மரமும் அவள் முத்தங்களும்

பச்சை பச்சையாய்
அள்ளி முடிக்க முடியாத
இலைக்கூந்தல் மரத்தடி

பருத்துச் சடைத்த
வேர்க்கால் திரண்டு
அவளை மடியாகித் தாங்கிற்று

அதற்குள்
கேத்தல் தண்ணீராய்த் ததும்பியது
உயிரின் சூடு

அநாதித் தனிமையில்
கஸலின் இழையோடும் சோகமாய்
வலித்திருந்தது ஏதிலி மரம்

அவள் அதனுடன்
அந்தரங்கமாய்
பேசத் தொடங்கியிருந்தாள்

மரங்களின் மொழி
எல்லோருக்கும் புரிவதில்லை

அவளது செவ்வூதா உதடுகளில்
சுரந்த தேன் சொற்களால்
மரமெங்கும் காதுகள் முளைத்தன

மரத்தை நிரம்பவும் பிடித்திருப்பதாக
அவள் சொன்னாள்
மிக நேசிக்கும் ஒரு பாடலைப் போல

அதன் சிரிப்பின் வசீகரம்
அவளுக்கு

ஒரு பெயரிலில்லாத புராதன இசைக்கருவியை
நினைவூட்டியது

வெடித்துக் கிடந்த தண்டுப் பாளங்களில்
ஆண்டுகள் கனத்தன
அதன் வயிரம் பாய்ந்த பிளவுகளில்
அவள் மிக மெதுவாய் முத்தமிட்டாள்

மரம் பூக்களை
வியர்க்கத் தொடங்கியது

அவள்
விரல்களாகி ஊர்ந்தாள்
மரம் மயிர்கள் குத்திட்டுச் சிலிர்த்தது

குறுங்கூதல் காற்றாகி அவள்
மரத்தின் கூந்தல் கோதினாள்
மரம் அசைந்து கொடுத்தது

அவள்
சிறுதூறலாகி அதை நனைத்தாள்

மரத்தின் உடம்பு
மழைக்காளான் போன்று
மென்மையாகிவிட்டது

அவள் அதன் வெப்பத்துக்குள்
தன்னை ஒதுக்கிக்கொண்டாள்
மழை வலுத்துப் பெய்யத் தொடங்கியது

●

ஜூலை 2017
சொல்வனம்

27

நீலக்கண் பறவையின் அகாலப் பாடல்

அன்பின் ஆதிக்கிளைகளில்
அந்த நீலக்கண் பறவை
வந்தமர்ந்த தேவ வினாடி,
மரத்தடிச் சிலை
ஆழ் நிஷ்டைக்குள் புதைந்திருந்தது

ஐம்புலன் அடக்கிய
ஒரு திசை நோக்கிய கூர்மம்

மழைத்துளியின் ஓயாத கரைப்புக்கும்
சுடுந்தீச்சூரிய நெருப்புக்கும்
அப்பால் ஒரு சூன்ய வெளி

சிலையின் கண்களில்
எப்போதுமொரு
கருப்பு வெள்ளைப் பறவை

சிலை தனித்தே இருந்தது

நீலக்கண் பறவையின் தோகை
நீண்டு நிலம் வரை தொங்கியது!
கண்கள் நிலவு அகன்ற கடல் பேரமைதி
அது பாட்டிற்கு இயல்பாய் இருந்தது

அது சிறகடித்து மேலெழும் போது
பட்டாம்பூச்சிகள் சிறகடிக்கும்
இரவின் குளிர்ந்த நட்சத்திரங்களோடு
அது உறங்கும்

அதன் கன்னல் பாடல்கள்
ஓடும் திண் தொடைக் குதிரைகளிலேறி
திசைகளெங்கும் பயணம் செய்தன

அழிவில் காலத் துணுக்கொன்றில்
பறவையின் நெகிழ் மென் இறகு
சிலையின் விழிகளை வருடி இறங்கியது

நிஷ்டை கலைந்த சிலைக்குள்
பேராற்றின் ஊற்றுத் திறந்தது
அதன் கருங்கல்லுடம்பு
உருகிய மெழுகு போலாகிவிட்டது!

நீலக்கண் பறவை
சிலைக்குள் இறங்கிவந்தது!

அதனின்று முகிழ்த்த ஒளிப் பிரவாளத்தில்
சிலை நனைந்தது

வலியும் காதலும்
குழைத்துச் செய்த பாடல்கள்
கற்கண்டாகி
அந்த நிலமெங்கும் இனித்தோடியது!

பறவையைச் சுற்றி
கண்ணுக்குத் தெரியாத
ஒரு வேலி எழுந்துகொண்டிருந்தது!

சிலை
மீண்டும் நிஷ்டையில் ஆழ்ந்தது

இப்போது,
நீலக்கண் பறவை
அகால நேரங்களில்கூட
பாடத் தொடங்கியது

●

ஜூன் 2017
புதிய சொல்

28

கண் அழகர்கள்

நீண்டு அகன்ற கண் வண்ணாத்திகள்
சிறகடிக்க
அவள் அமர்ந்திருந்த கரை
மது ஆறு ஓடுகிறது

செக்கச்சிவந்த திராட்சை ரசம்

கனவில் மட்டுமே
ஒரே ஒரு முறை அருந்திய மதுரச்சுவை

சுவர்க்கம் பளிங்காலானது
என்று அவள் நம்பிக்கொண்டிருந்தாள்
ஒலித்தோடும் நதிகளும்
முறுகித் திரண்ட மரங்களும்
அது ஒரு பேரெழில் காடாய் இருந்ததில்
அவளுக்கு சந்தோஷம்

முதிர் கிளர் கொங்கைகள் கொண்டு
ஆடவர்களைப் போதையூட்டும்
ஹூருல் ஐன் கண்ணழகிகள்
அவளைக் கடந்துபோனார்கள்

அவளது
'அவன்'
எங்கிருக்கிறான்?

அவன் வந்துவிடுவான்!

அதற்கு முன் ஒரேயொரு கேள்வி
கேட்டாக வேண்டும்

மதர்த்த புஜங்களும்
மயிரடர் திட மார்பும்
யூசுபைப் போன்ற
பேரெழில் கண்களும் கொண்ட
ஹூருல் ஆண்கள் எங்கே?

●

ஆகஸ்ட் 2017
புதிய சொல்

29

இரண்டு பங்கு

என்னுடைய ஆடுகளும்
உன்னுடைய
ஆடுகளும்
நம்முடைய நிலத்தில்
மேய்ந்துகொண்டிருக்கின்றன

உன்னுடைய ஆடுகளுக்கு
கொம்பு முளைத்திருப்பதால்
அதற்கு இரண்டு பங்கு
தீவனம் வேண்டும் என்கிறாய்

இன்னும் பிரித்திராத
நம் மேய்ச்சல் நிலங்களில்
கண்ணுக்குத் தெரியாத
வேலிகள்

நீ எப்போது
புரிந்துகொள்வாய்?

●

ஒக்டோபர் 2017

30

பாத்திமாவின் ஆடு

நேற்றிரவு
என் கனவுக்குள்
ஒரு ஆடு புகுந்துவிட்டது

அரபிக்குதிரை மாதிரி
திமிறும் வெள்ளாடு

அதன்
கடல் நீலக் கண்களுக்குள்
பரந்தோடிய என் நிலப்பரப்பு
விழுந்து கிடந்தது

ஆட்டைக் கடிச்சு
மாட்டைக் கடிச்சு
மனுஷனைக் கடிக்கிற மாதிரி
ஆடு கடைசியாகக் கனவுக்குள்ளும்
நுழைந்துவிட்டது

'இங்க தான் நான் கொஞ்சம்
நிம்மதியாக இருந்தேன்
இங்கயும் வந்திட்டியா'
மனசுக்குள் சொன்னேன்
அது ஆட்டுக்கும் கேட்டிருக்கும்

ஆடு ஊமையோ தெரியாது
ஒரு சொல் பேசவில்லை
சாவகாசமாக
என் தூக்கத்தைக் கொரித்துத்
தின்றுகொண்டிருந்தது

●

ஒக்டோபர் 2017

31

அறப்படித்த ஆடுகள்

மேய்ச்சல் நிலங்களை நோக்கி
ஆடுகள் நடந்துகொண்டிருந்தன
எதிர்ப்பக்கமிருந்து வந்த நான்
நிறுத்திச் சொன்னேன்

நீண்ட பற்கள் கொண்ட
ஓநாய் இருக்கிறது
அந்தப் பக்கம் செல்லாதீர்கள்!

சிரித்தபடி ஒரு ஆடு சொன்னது
யூசுபின் சகோதரர்கள்
சொன்னது போன்ற கற்பனை ஓநாயா?

ஆடுகளே ஓநாயின் பற்கள் கூராகவிருந்ததையும்
வயிறு ஒட்டி எக்கியிருந்ததையும்
வல்லாஹி நான் கண்டேன்

இன்னொரு மெத்தப்படித்த ஆடு சொன்னது
ஓநாய்களை எப்படி எதிர்கொள்ளலாம்
என்ற புத்தகம் ஏற்கனவே படித்தாகிவிட்டது

அது எப்படி ஓநாய் என்று
துல்லியமாகச் சொல்கிறாய்
அது வெறும் நாயாக இருந்திருக்கக்கூடும்
என்றது ஓர் அறப் படித்த ஆடு

சரி போய்த் தொலையுங்கள்
மறக்காமல் ஓநாய்க்கு முன்னால்
உங்கள் மகா பிரபல்யமான
நடனமொன்றையும் அரங்கேற்றுங்கள்
நான் சென்று வருகிறேன்
●

ஒக்டோபர் 2017

32

ஆடு மேய்த்தல்

உன்னுடைய ஆடுகள்
அனுமதியின்றி
என்னுடைய நிலத்தில்
மேய்ந்துகொண்டிருக்கின்றன

தயவு செய்து ஓட்டிச் செல்!

அவை பசிய இலைகளையும்
என்னுடைய ஊதாக் கத்தரிக்காய்களையும்
வாசலில் துளிர்த்திருக்கின்ற
பேரரளி மொக்குகளையும்
தின்றுகொண்டேயிருக்கின்றன

உன்னுடைய ஆடுகள் காய சண்டிகை
தீராப்பசி கொண்டலைகின்றன

அவை தண்ணீரை அள்ளிக் குடிக்கின்றன

என்னுடைய சின்னஞ்சிறிய கிணறு
வற்றித் தேய்ந்துவிட்டது

•

ஒக்டோபர் 2017

33

பிசாச மஞ்சள்

பேய்
நெல்லுக் காச்சுகிறது

அமானுஷ்ய வானம்
பிசாச மஞ்சளை
அரைத்துப் பூசியிருக்கிறது!

மழைச் சீதளம் போர்த்திய
மனைகளின்
வெதுப்பமாய் புகையும்
புகைக்கூடுகளில் தண்ணம்

நான்
ஜன்னலாகிறேன்

கறுத்த நோயாளிப் பூனை
காலடியில்
விக்கும் சப்தம் கேட்கிறது

இடம், பொருள், ஏவல் மறந்து
வழுக்கியோடி
என் ஊர் முன்றலில் நிற்கிறேன்

மஞ்சளும் ஊதாவும்
துலக்கமாய் கீறிய
ஒரு வானவில் சுருள் வளையம்
களிப்புக்கும் விசாரத்துக்குமிடையில்
மெல்லிய பிரிகோடு

என் கையில்
செக்கச்சிவந்த சூத்துக்காப்பு

இமை இறங்கித் திறந்த
இரு மாத்திரை நொடி

வானவில்
மறைந்துவிட்டது

நான் திரும்புகிறேன்
வீடெங்கும்
அரக்கு மஞ்சள்
நிரவிக் கிடக்கிறது!

●

ஆகஸ்ட் 2017

34

தங்கமீன் தொட்டி

தங்கமீன்
தொட்டியோடு
களவு போய்விட்டது!

வண்ணத்துப் பூச்சிகள்
இரவின் குளங்களுக்குள்
மழையை இழுத்துவருகின்றன

எல்லா நட்சத்திரங்களையும்
நிலாவிலுள்ள முயல்
ஒளித்து வைத்துவிட்டது

ரோசா மொக்குகளின்
போதையூட்டும் பரிமளத்தைக்
களவாடிச் செல்கிறது
காற்று!

ஒரு சீசா எடுத்து
உயிரினை அடைத்து
ஏழுகடல் தாண்டி
எறிந்துவிட்டேன்

எல்லா நரகங்களும்
குளிர்ந்துவிட்டன

இதோ
உன் சுவர்க்கத்துக் கனி
எடுத்துச் செல்
அல்லது
எறிந்துவிட்டுச் செல்

●

ஆகஸ்ட் 2017

35

அகாலம்

உலகத்தின் கூண்டுக்குள் மூச்சுத் திணறும்
ஆன்மா

ஒரு விநாடியின் நூற்றியோராவது இழையில்
நீக்கமற விரியுமோர் பெருவெளி நோக்கி
நகர்ந்துவிடுகின்றது

அது சாபங்களையும் ஆசீர்வதிப்புக்களையும் தாண்டியதோர்
நேசம் மிகுந்த இடமொன்றுக்கான சிறகுகளை
அணிந்துகொள்கின்றது

வேதனைகளையோ காயங்களையோ சுமக்க முடியாதளவு
சந்தோஷப் பிரவாகம்

தளையறுந்த விடுதலையின் அடையாளமாய்
அது மேலெழும் போது
கழன்று விழும்
துக்கத்தின் கனதி
மொத்தமாய்
சுற்றியிருப்பவர்களின் கால்களைச் சுற்றிக்கொள்கிறது

இருபதில் அகாலமும் அறுபதில் காலமுமென
ஒரு ஆன்மாவின் காலத்தை
எப்படி வரையறுப்பது

மரணங்கள்
அகாலத்தில் நிகழ்வதேயில்லை

●

ஆகஸ்ட் 2016
சொல்வனம்

36

துலா மனசு

மருதாணிக் கால்விரல் பட்டு
மெல்லச் சிதறும் நீர்த்திவலைச் சிவப்பு

நிலவழிந்த கருவிருட்டில் எரியுமிரு
மெழுகுத்திரிகளின் தியானம்

பழைய முத்திரை ஆல்பம்
மங்கிய புகைப்படங்களில் நான் மீட்டெடுக்கும்
மெக்பை குருவியின் பாடல்கள்

பிச்சிப்பூச் செங்குத்துப் பாறை
மயில்கழுத்து நீர்த் தேக்கம்
நாசியெங்கும் பரவும் கார்டெனியா வாசம்

நிலமும் நானுமாய்த் தனித்தொரு ஏகாந்தம்
விரிந்த பிரபஞ்சம் அகன்ற வானம்
அள்ளும் துலா மனசு

பூசணம் பிடித்த
புத்தகங்களில் நீந்திக் கொண்டிருக்கும்
உனக்கு
எப்படிப் புரியவைப்பேன் ப்ளூரிங் ஏஞ்சலின்
துடிநடன நுணுக்கங்களை

●

பெப்ரவரி 2017

37

நிலவை அருந்துதல்

தீப்பிடித்து எரியும் பெர்ச் மரங்களின்
கால்களுக்கிடையே
கடுஞ்சிவப்பாய் சூரியக் கடிகாரம்

நான் வீடு திரும்புகிறேன்
என் விரல்களிலிருந்து சிறகடிக்கின்றன புறாக்கள்

மஞ்சளும் வெள்ளையுமாக ஒன்று
மணிகள் கோர்த்த மாடப்புறா ஒன்று
கண்களின் ஓரத்தில் நீலம் தீட்டியதொன்று
நிறங்களற்ற ஒளியாய் சமைந்த அரூபப் புறா ஒன்று

பூச்சுப் பூசாத
என் நுனிவிரல் நடனத்தில் எடையிழந்த காற்றாய்
சிறகுகள் தவழ்கின்றன

ஆலைகளின் கண்ணாடிச் சட்டங்களுக்குள்
கிளிகள் உட்கார்ந்திருக்கும்
கூண்டுகள்

நீலச் சீல் குத்தப்பட்ட
சாம்பல்நிறக் கிளிகள்
இறுதியில் தரப்படும் பாதிக் கொய்யாவுக்காய்
இறந்துகொண்டிருந்தன

அவை இப்போது கூண்டுகளிலிருந்து
வீடு திரும்பக்கூடும்
நாளை மீண்டும் அடைபடுவதற்காக

குளிர்கின்ற பனிக்காலம்
கோப்பி வாசம் ஒரு தட்டில் நிலாவை
ஏந்திவந்தது

கிளிகள் அயர்ச்சியில்
உறங்கிக்கொண்டிருந்தன

நான் அவற்றின் விரல்களை
நோக்கினேன்
என் விரல் போன்றல்லாது
அவை உள்நோக்கி வளைந்திருந்தன

நான்
நிலவை அருந்தத் தொடங்கினேன்
●

ஜனவரி 2017
மலைகள்காம்

38

இடப்பெயர்வு அல்லது பாடும் கூழாங்கல்

கடும்நீல கிண்கிணிப்பரல் கடல்
முத்துச்சிப்பி மகரக் காடு

நூறாயிரம் மாதங்கள்
உருண்டு புரண்டு
உருண்டு புரண்டு
உயிர்த்திருக்கும்
கையகலக் கூழாங்கல்

அதன்
வழுவழுப்பு மேற்பரப்பு
கனிந்த சாம்பல் நிறம்!

அதனுள்ளோடும்
இலை இலையாய்ப் பிரிகின்ற
நூலாம் படைக்கோடுகளெங்கும்
கடற்கன்னிக் கதைகள்

செஞ்சாம்பல் சிட்டுக் குருவியின்
அடிவயிற்று மஞ்சள் வெதுவெதுப்பு!

கருவூதாக் கடல் பாடல்கள்
அலையாடும் சிப்பிச் சிலும்பல்
வெறும் பாதங்களை
குறுக்கறுக்கும் மணல் துகள்களின்
வெட்கக் குறுகுறுப்பு

இப்போதோ,
கடல் பாடும் கூழாங்கல்
குளிர் தின்னும் வெளிக்காற்றை மறுதலிக்கும்
மூடிய ஜன்னலடியில் கிடக்கிறது
வெறும் வானம் வெறித்தபடி

●

ஜூன் 2018

39

நீயாகப் படரும் முற்றம்

விரவிக் கிடக்கும்
சடைத்த மர நிழல்கள்

ரயில் தண்டவாளத்தை இரு கோடாக
முதுகில் கீறிய அணில் குஞ்சு,
என் சித்திரத்திலிருந்து தப்பித்த தும்பிகள்
படபடக்கும் வண்ணாத்திப்பூச்சி, பொன் வண்டு
வேலியோர தொட்டாச்சிணுங்கி
குப்பை மேனிச் செடி இணுங்கும்
சாம்பல் பூனை

இறைந்துகிடக்கும்
சருகு,
நான் கூட்டக் கூட்ட
இலைப்பச்சையாகி வளர்கிறது!

யாரோ
வெயிலைப் பிய்த்துத்
துண்டு துண்டாய்
காயவைத்திருக்கிறார்கள்

சொதசொதவென இழுக்கும்
செஞ்சேற்றுக்குள்
வெறுங்காலுடன் புதைதல்
சுவர்க்கம்!

எல்லா இடங்களிலும்
செடிகளை நடுகிறேன்
ரோஜாக்களையும்
முள்ளாய்க் குத்தும்

கள்ளிகளையும் இன்னும்
இடையிலுள்ளவற்றையும்

பின்னந்தியில் பிறை கீறிய
வானத்தில்
ஆயிரம் கனாப்பொறிகள்

முடிவிலியாய் நீள்கிறது
என் முற்றவெளி

●

டிசம்பர் 2019

நன்றி

பேராசிரியர் நுஃமான்
அனார்
கே முனாஸ்
பர்ஹான்
அறபாத்
சொல்வனம்,
நடு, எதுவரை, புதியசொல்,
ஆக்காட்டி, மலைகள்காம்